AF205487

Impressum
Verlag: BABADADA GmbH, Nedderfeld 112 , 22529 Hamburg
Geschäftsführer / Verlagsleitung: Harald Hof
Druck: Books on Demand GmbH, In de Tarpen 42, 22848 Norderstedt

Imprint
Publisher: BABADADA GmbH, Nedderfeld 112 , 22529 Hamburg, Germany
Managing Director / Publishing direction: Harald Hof
Print: Books on Demand GmbH, In de Tarpen 42, 22848 Norderstedt, Germany

trường học

学校

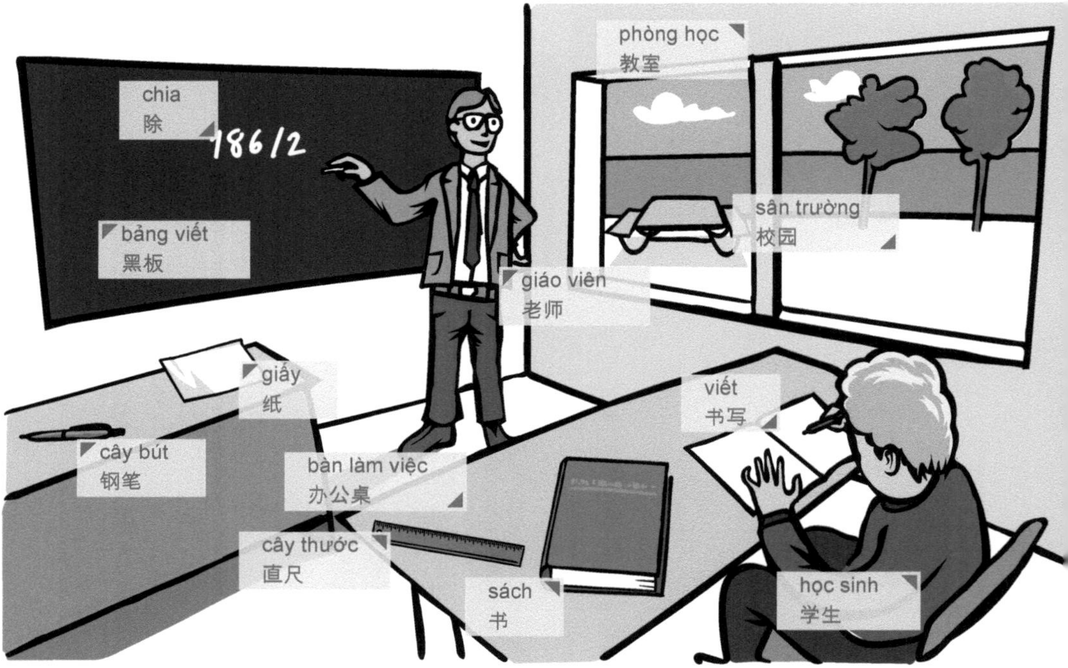

phòng học
教室
chia
除
186/2
bảng viết
黑板
sân trường
校园
giáo viên
老师
giấy
纸
viết
书写
cây bút
钢笔
bàn làm việc
办公桌
cây thước
直尺
sách
书
học sinh
学生

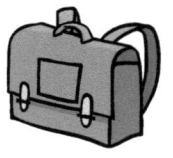

cặp đeo vai học sinh

书包

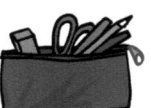

hộp đựng bút

铅笔盒

bút chì

铅笔

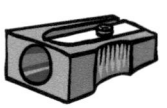

cái gọt bút chì

卷笔刀

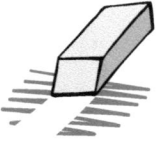

cục tẩy

橡皮擦

tập giấy vẽ

画板

bản vẽ
图画

cọ vẽ
画笔

hộp mực vẽ
颜料盒

cây kéo
剪刀

keo dán
胶水

sách bài tập
练习册

bài tập ở nhà
家庭作业

12

số
数字

2+2

cộng
加

5-2

trừ
减

2×2

nhân
乘

tính toán
计算

A

chữ cái
字母

ABCDEFG HIJKLMN OPQRSTU VWXYZ

bảng chữ cái
字母表

hello

từ
字

văn bản

课文

đọc

读

phấn viết

粉笔

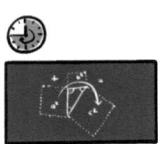

bài học

上课

sổ lớp

登记

thi kiểm tra

考试

chứng chỉ

证书

đồng phục học sinh

校服

giáo dục

教育

từ điển bách khoa

百科全书

đại học

大学

kính hiển vi

显微镜

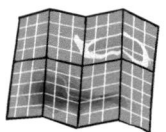

bản đồ

地图

thùng rác giấy

废纸篓

du lịch
旅行

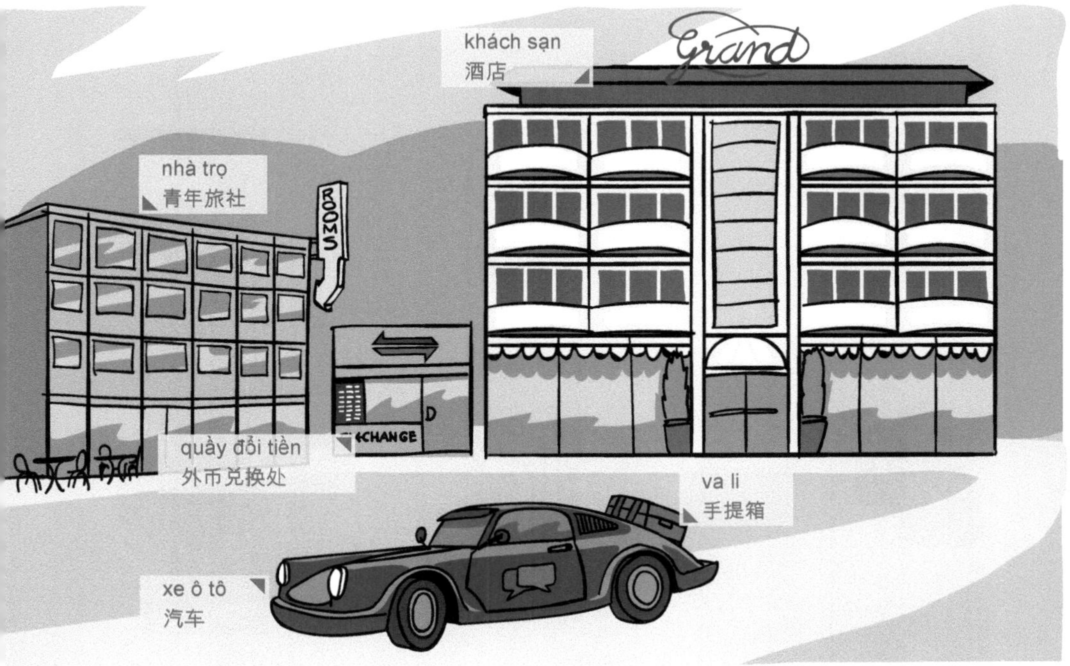
Grand
khách sạn
酒店
nhà trọ
青年旅社
ROOMS
quầy đổi tiền
外币兑换处
va li
手提箱
xe ô tô
汽车

ngôn ngữ

语言

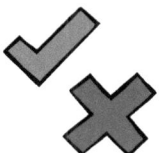

có / không

是/否

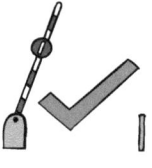

ô kê

好的

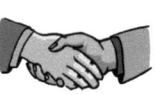

Xin chào

您好

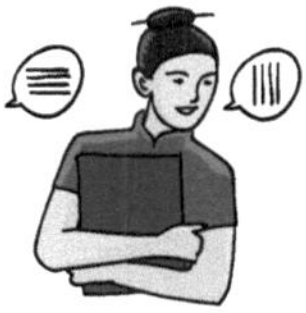

thông dịch viên

翻译员

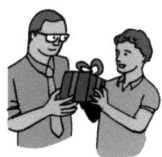

cám ơn

谢谢

... bao nhiêu tiều?

......多少钱？

tôi không hiểu

我不明白

vấn đề

问题

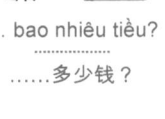

Xin chào! (buổi tối)

晚上好！

xin chào! (buổi sáng)

早上好！

chúc ngủ ngon!

晚安！

tạm biệt

再见

hướng đi

方向

hành lý

行李

túi xách

包

túi ba lô

双肩包

khách

客人

phòng

房间

túi ngủ

睡袋

lều

帐篷

thông tin du lịch

旅游信息

bãi biển

海滩

thẻ tín dụng

信用卡

ăn sáng

早餐

ăn trưa

午餐

ăn tối

晚餐

vé xe

票

thang máy

电梯

tem bưu điện

邮票

biên giới

边界

hải quan

海关

đại sứ quán

大使馆

thị thực

签证

hộ chiếu

护照

vận chuyển
交通运输

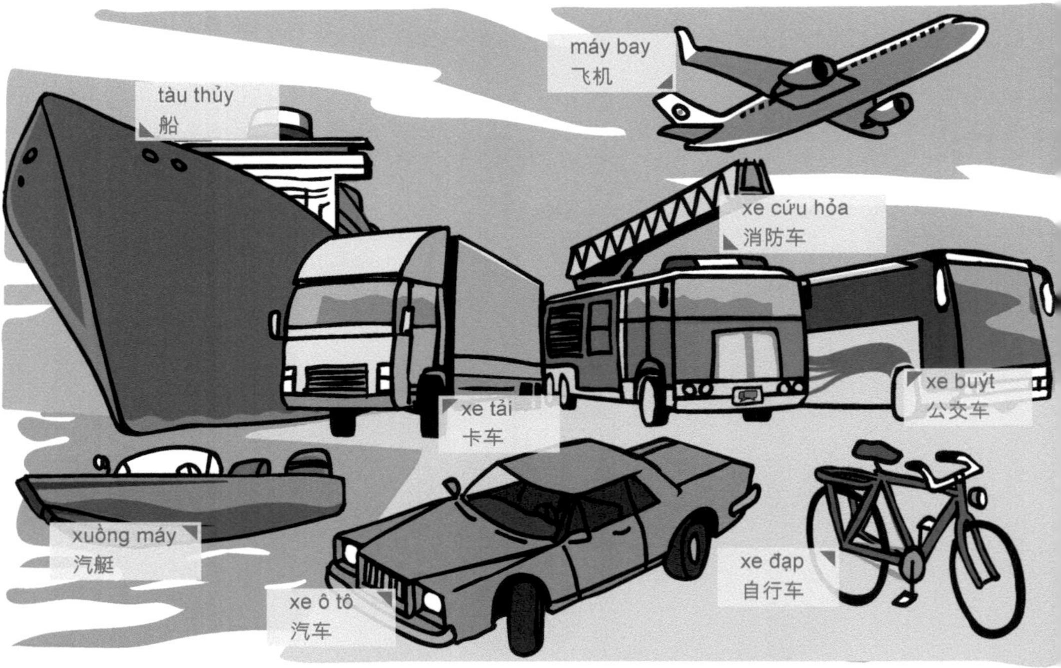
máy bay
飞机
tàu thủy
船
xe cứu hỏa
消防车
xe tải
卡车
xe buýt
公交车
xuồng máy
汽艇
xe đạp
自行车
xe ô tô
汽车

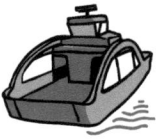

phà
....
摆渡船

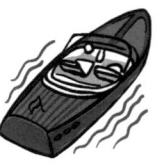

xuồng
....
小船

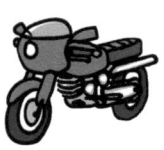

xe máy
....
摩托车

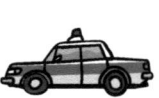

xe cảnh sát
....
警车

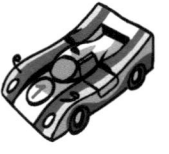

xe đua
....
赛车

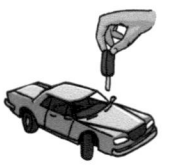

xe cho thuê
....
租车

dịch vụ thuê xe tự lái

拼车

xe kéo cứu hộ

拖车

xe rác

垃圾车

động cơ

发动机

xăng

汽油

trạm xăng

加油站

biển báo giao thông

交通标志

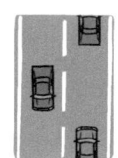

giao thông

交通

ách tắc giao thông

交通堵塞

bãi đậu xe

停车场

nhà ga

火车站

đường ray

轨道

xe lửa

火车

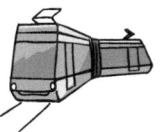

tàu điện

电车

toa xe

货车

máy bay trực thăng

直升机

sân bay

机场

tháp

塔

hành khách

乘客

côngtenơ

集装箱

thùng các-tông

纸板箱

xe đẩy

手推车

cái giỏ

篮子

cất cánh / hạ cánh

起飞/降落

thành phố
城市

làng

村庄

trung tâm thành phố

市中心

nhà

房子

rạp chiếu phim
电影院

quảng cáo
广告

đèn đường
路灯

đường phố
街道

taxi
出租车

quán ăn nhẹ
小吃店

người đi bộ
行人

vỉa hè
人行道

ngã tư giao th
十字路口

phần đường có vạch cho người đi bộ
斑马线

thùng rác lớn
垃圾箱

đèn hiệu giao thông
红绿灯

CINEMA

nhà chòi

小屋

căn hộ

公寓

nhà ga

火车站

tòa thị chính

市政厅

viện bảo tàng

博物馆

trường học

学校

đại học

大学

ngân hàng

银行

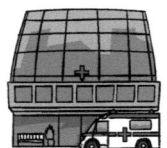

bệnh viện

医院

khách sạn

酒店

hiệu thuốc

药房

văn phòng

办公室

hiệu sách

书店

cửa hiệu

商店

cửa hiệu bán hoa

花店

siêu thị

超市

chợ

市场

cửa hàng bách hóa

百货商店

người bán cá

鱼店

trung tâm mua bán

购物中心

bến cảng

海港

công viên

公园

ghế băng

长凳

cầu

桥

cầu thang

楼梯

tàu điện ngầm

地铁

đường hầm

隧道

trạm xe buýt

公交车站

quán bar

酒吧

khách sạn

餐馆

hòm thư công cộng

邮筒

bảng hiệu đường

路标

đồng hồ đậu xe

停车计时器

vườn bách thú

动物园

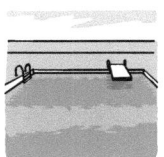

bể bơi

游泳馆

nhà thờ Hồi giáo

清真寺

nông trại

农场

ô nhiễm môi trường

污染

nghĩa trang

墓地

nhà thờ

教堂

sân chơi

操场

ngôi đền

寺庙

phong cảnh
地形

lá cây
树叶

bảng chỉ đường
指示牌

lối đi
路

bãi cỏ
草地

hòn đá
石头

cây
树

người đi bộ đường dài
徒步旅行者

sông
河

cỏ
草

bông hoa
花

thung lũng

峡谷

đồi

山

hồ nước

湖

rừng

森林

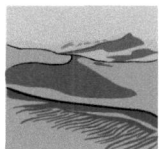

sa mạc

沙漠

núi lửa

火山

lâu đài

城堡

cầu vồng

彩虹

nấm

蘑菇

cây cọ

棕榈树

con muỗi

蚊子

con ruồi

苍蝇

con kiến

蚂蚁

con ong

蜜蜂

con nhện

蜘蛛

bọ cánh cứng

甲虫

con ếch

青蛙

con sóc

松鼠

con nhím

刺猬

con thỏ

野兔

con cú

猫头鹰

con chim

鸟

thiên nga

天鹅

heo rừng

野猪

con hươu

鹿

nai sừng tấm

麋鹿

đê

水坝

tuabin gió

风力发电机

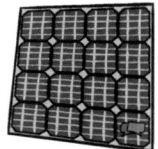

tấm năng lượng mặt trời

太阳能电池板

khí hậu

气候

khách sạn
餐馆

bồi bàn
服务员
thực đơn
菜单
ghế
椅子
súp
汤
bánh pizza
披萨饼
bộ dao nĩa ăn
餐具
khăn trải bàn
桌布

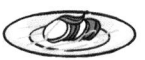

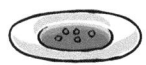

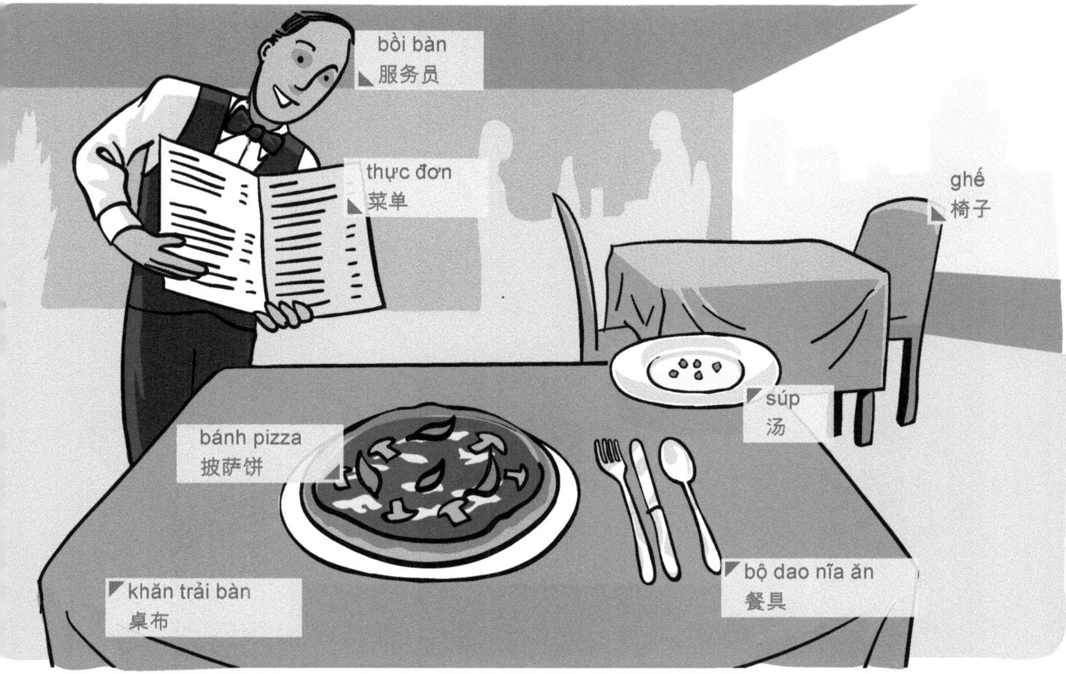

món ăn khai vị

前菜

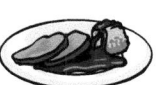

món ăn chính

主菜

món tráng miệng

甜点

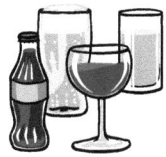

thức uống

饮料

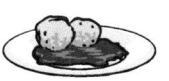

thức ăn

食物

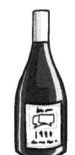

cái chai

瓶子

thức ăn nhanh

快餐

thức ăn đường phố

街边小吃

ấm trà

茶壶

hộp đường

糖盒

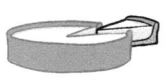

khẩu phần

一份饭菜

máy pha espresso

意式咖啡机

ghế cao

高脚椅

hóa đơn

账单

khay

托盘

dao

刀

nĩa

餐叉

thìa

勺子

thìa uống trà

茶匙

khăn ăn

餐巾

cốc thủy tinh

玻璃杯

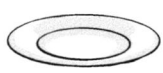

đĩa
碟子

đĩa súp
汤盘

đĩa lót cốc
碟子

nước sốt
酱

lọ muối
盐瓶

cái xay tiêu
胡椒磨

giấm
醋

dầu
食用油

gia vị
调味料

nước xốt cà chua
番茄酱

tương hạt cải
芥末

nước sốt mayonnaise
蛋黄酱

siêu thị
超市

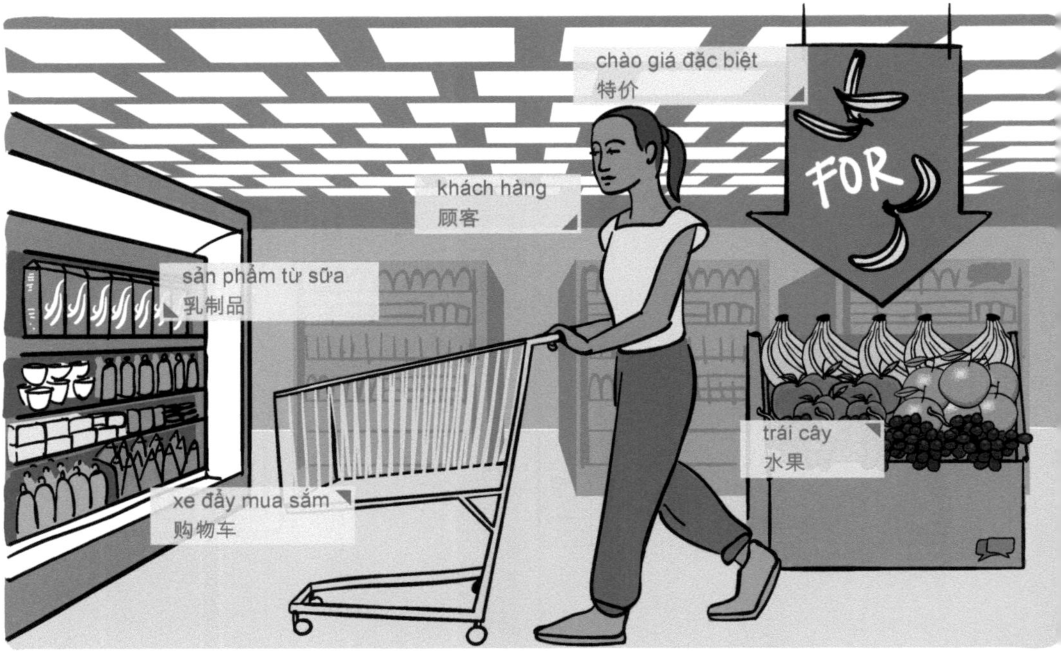
chào giá đặc biệt
特价
FOR
khách hàng
顾客
sản phẩm từ sữa
乳制品
trái cây
水果
xe đẩy mua sắm
购物车

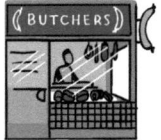

BUTCHERS

lò mổ

肉铺

BAKERY

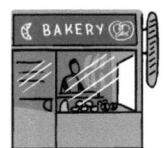

cửa hiệu bán bánh mì

面包房

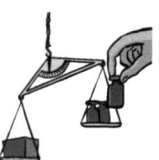

cân nặng

称重

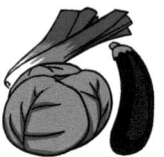

rau quả

蔬菜

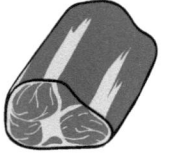

thịt

肉

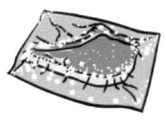

thức ăn đông lạnh

冷冻食品

lát thịt nguội

冷盘

đồ hộp

罐头食品

bột giặt

洗衣粉

đồ ngọt

甜食

sản phẩm dùng trong gia đình

日用品

chất tẩy rửa

清洁用品

người bán hàng

销售员

quầy trả tiền

收银机

nhân viên thu ngân

收银员

danh sách mua sắm

购物清单

giờ mở cửa

开放时间

ví tiền

钱包

thẻ tín dụng

信用卡

túi đeo

袋子

túi ny lông

塑料袋

nước

水

nước quả ép

果汁

sữa

牛奶

coca-cola

可乐

rượu vang

红酒

bia

啤酒

cồn

酒

cacao

可可

trà

茶

cà phê

咖啡

espresso

意式浓缩咖啡

cappuccino

卡布奇诺

chuối

香蕉

quả táo

苹果

quả cam

橙子

dưa hấu

西瓜

chanh

柠檬

cà rốt

胡萝卜

tỏi

大蒜

tre

竹子

củ hành

洋葱

nấm

蘑菇

hạt dẻ

坚果

mì

面条

mì spaghetti

意大利面条

cơm

米饭

xà lách

沙拉

khoai tây chiên

薯条

khoai tây chiên

炸土豆

bánh pizza

披萨饼

bánh hamburger

汉堡包

bánh mì sandwich

三明治

thịt côtlet

炸猪排

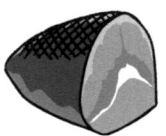

thịt giăm bông

火腿

xúc xích

萨拉米

dồi

香肠

gà

鸡肉

rán

烤肉

cá

鱼

cháo yến mạch

燕麦片

cháo muesli

穆兹利

bánh bột ngô nướng

玉米片

bột mì

面粉

bánh sừng bò

羊角面包

bánh mì

面包卷

bánh mì

面包

bánh mì nướng

烤面包

bánh bích quy

饼干

bơ

黄油

sữa đông

凝乳

bánh ngọt

蛋糕

trứng

蛋

trứng rán

煎蛋

pho mát

奶酪

kem

冰激凌

đường

糖

mật ong

蜂蜜

mứt

果酱

kem nougat

巧克力酱

cà ri

咖喱饭

nông trại
农场

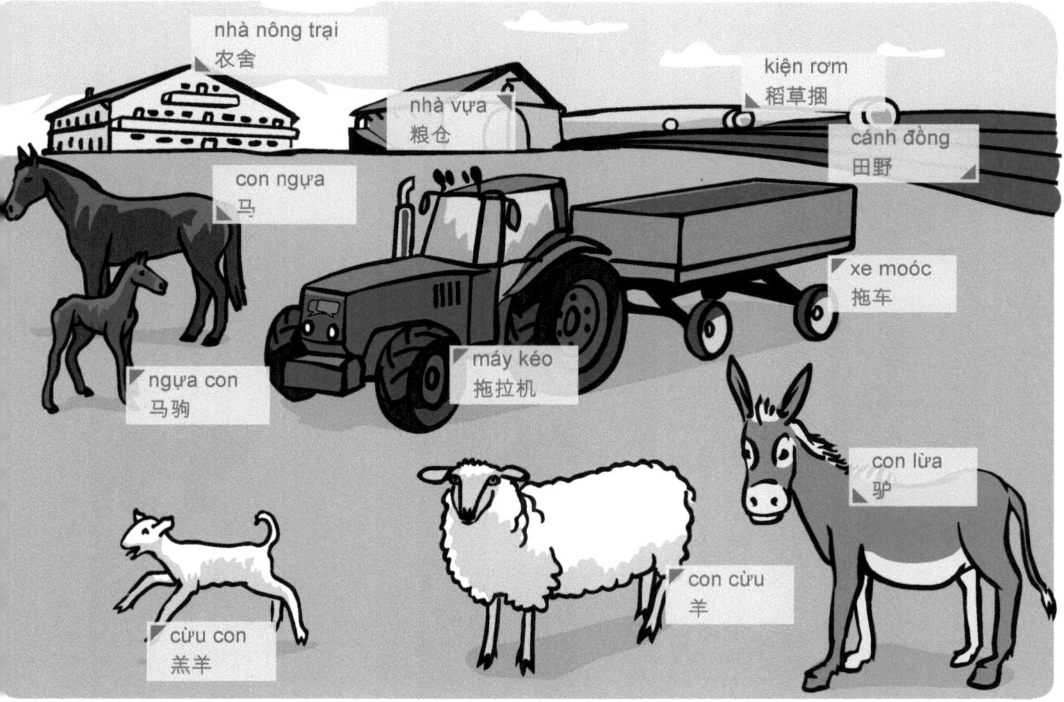
nhà nông trại
农舍
nhà vựa
粮仓
kiện rơm
稻草捆
cánh đồng
田野
con ngựa
马
xe moóc
拖车
máy kéo
拖拉机
ngựa con
马驹
con lừa
驴
con cừu
羊
cừu con
羔羊

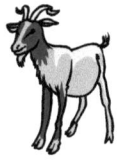

con dê

山羊

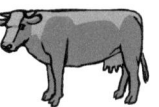

con bò

奶牛

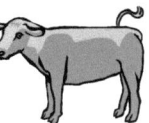

con bê

牛犊

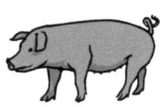

con lợn

猪

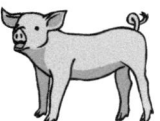

lợn con

小猪

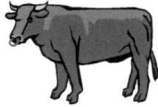

bò đực

公牛

con ngỗng

鹅

con vịt

鸭

gà con

小鸡

gà mái

母鸡

gà trống

公鸡

con chuột

鼠

mèo

猫

chuột nhắt

老鼠

bò đực

牛

con chó

狗

nhà chuồng chó

狗屋

ống tưới vườn cây

花园浇水软管

thùng tưới cây

洒水壶

lưỡi hái

长柄大镰刀

cái cày

犁

cái liềm

镰刀

cái cuốc

锄头

cái chĩa

长柄草耙

cái rìu

斧头

xe cút kít

独轮手推车

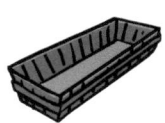

máng ăn

饲料槽

lọ sữa

牛奶罐

bao tải

麻布袋

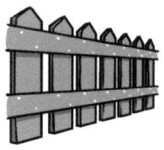

hàng rào

栅栏

chuồng

马厩

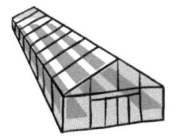

nhà kính trồng cây

温室

đất trồng

土壤

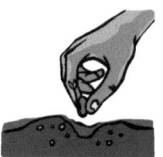

hạt giống

种子

phân bón

肥料

máy gặt đập liên hợp

联合收割机

thu hoạch

收割

mùa thu hoạch

收割

khoai lang

山药

lúa mì

小麦

đậu nành

大豆

khoai tây

土豆

ngô

玉米

hạt cải dầu

油菜籽

cây ăn trái

果树

sắn

树薯

ngũ cốc

谷物

nhà
房子

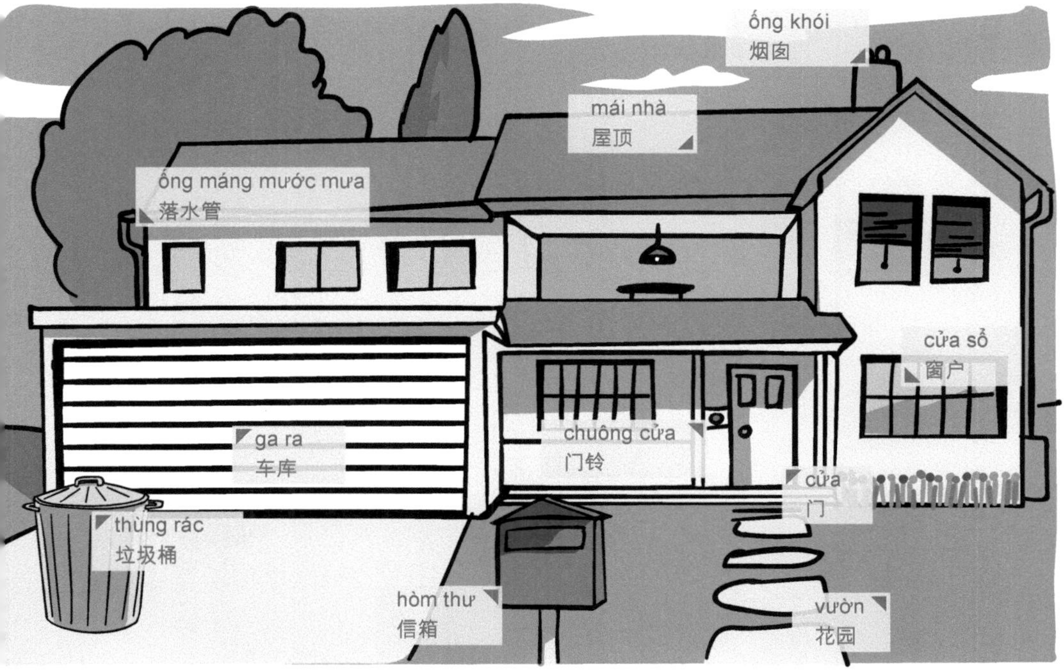
ống khói
烟囱
mái nhà
屋顶
ống máng mước mưa
落水管
cửa sổ
窗户
chuông cửa
门铃
ga ra
车库
cửa
门
thùng rác
垃圾桶
hòm thư
信箱
vườn
花园

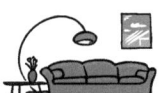

phòng khách
客厅

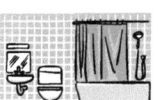

phòng tắm
浴室

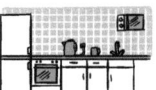

bếp
厨房

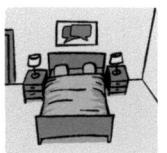

phòng ngủ
卧室

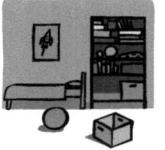

phòng trẻ em
儿童房

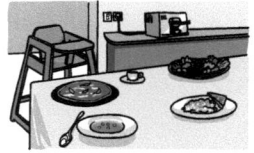

phòng ăn
餐厅

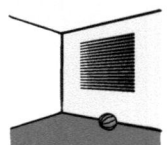

nền nhà

地板

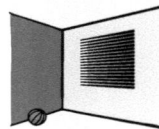

tường

墙壁

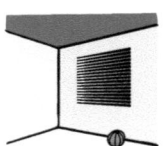

trần nhà

吊顶

tầng hầm

地窖

tắm hơi

桑拿

ban công

阳台

sân hiên

露台

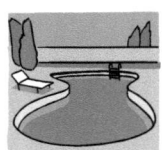

bể bơi

游泳池

máy cắt cỏ

割草机

khăn trải giường

被单

khăn trải giường

床罩

giường

床

chổi

扫帚

cái xô

水桶

công tắc điện

开关

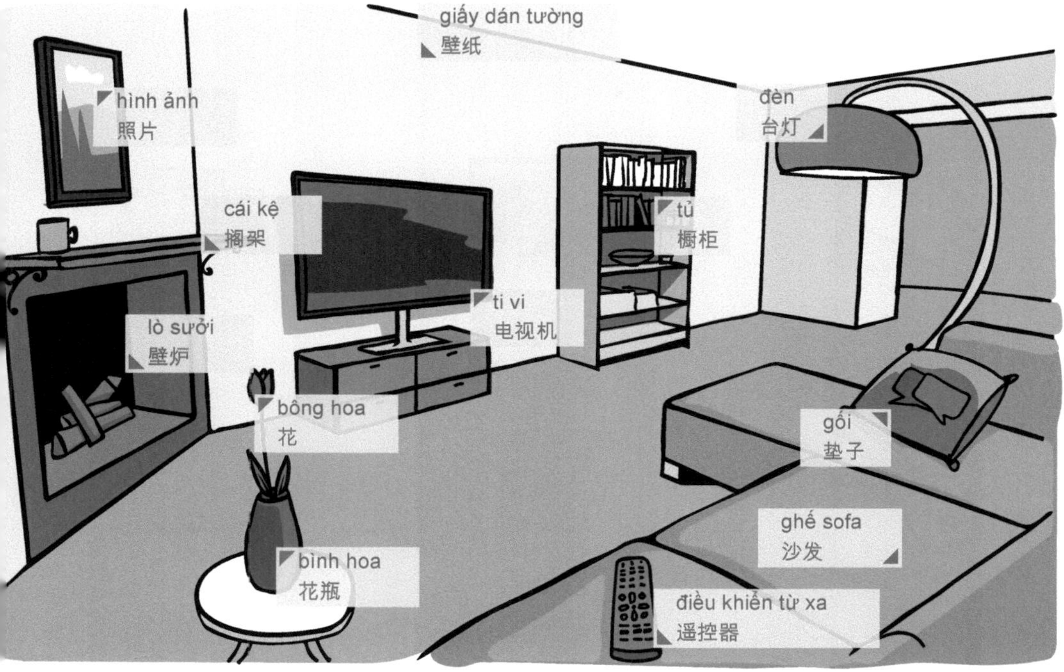

giấy dán tường
壁纸

hình ảnh
照片

đèn
台灯

cái kệ
搁架

tủ
橱柜

ti vi
电视机

lò sưởi
壁炉

bông hoa
花

gối
垫子

ghế sofa
沙发

bình hoa
花瓶

điều khiển từ xa
遥控器

thảm

地毯

rèm

窗帘

cái bàn

餐桌

ghế

椅子

ghế bập bênh

摇椅

ghế bành

扶手椅

sách

书

cái chăn

毯子

đồ trang trí

装饰品

củi

木柴

phim

电影

máy hi-fi

高保真音响

chìa khóa

钥匙

báo

报纸

bức tranh

油画

áp phích

海报

radio

收音机

sổ ghi chép

笔记本

máy hút bụi

吸尘器

cây xương rồng

仙人掌

cây nến

蜡烛

bếp
厨房

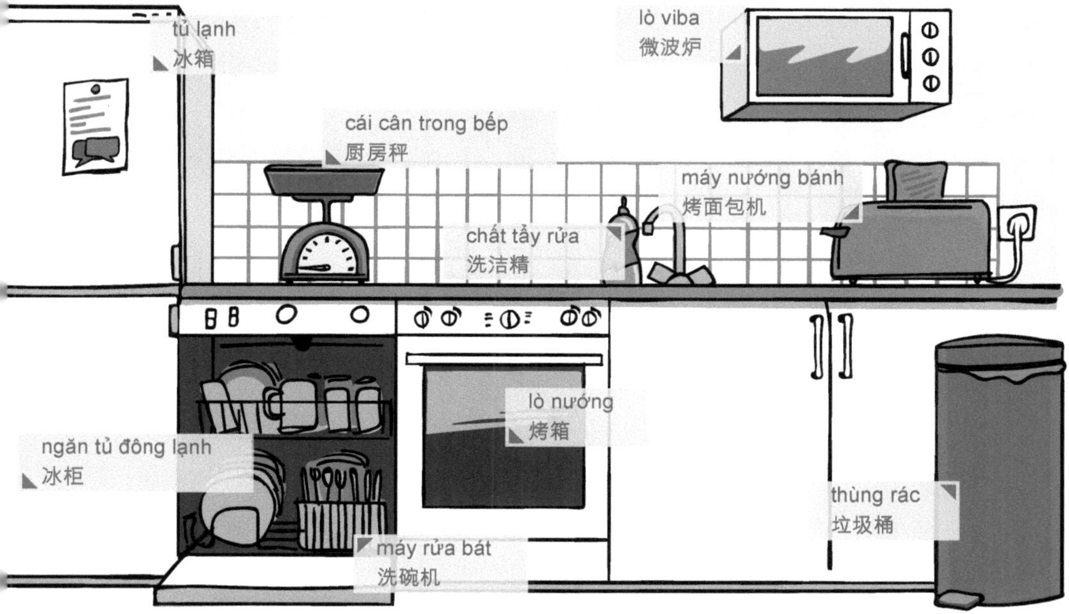
tủ lạnh
冰箱
lò viba
微波炉
cái cân trong bếp
厨房秤
máy nướng bánh
烤面包机
chất tẩy rửa
洗洁精
lò nướng
烤箱
ngăn tủ đông lạnh
冰柜
thùng rác
垃圾桶
máy rửa bát
洗碗机

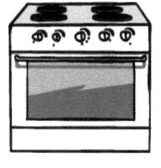

lò nấu

炊具

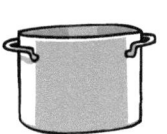

nồi

锅

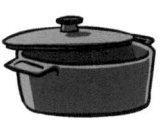

nồi sắt

铸铁锅

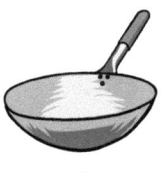

chảo

炒锅

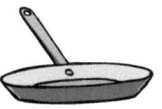

chảo

平底锅

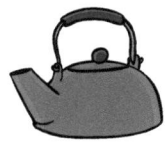

ấm đun nước

水壶

nồi đun hơi

蒸锅

khay lò nướng

烤盘

bát đĩa

陶瓷锅

cốc

马克杯

cái bát

碗

đũa

筷子

cái vá

长柄勺

bàn xẻng

铲子

que đánh kem

搅拌器

rây dùng trong bếp

滤网

cái rây lọc

筛子

cái nạo

磨碎机

vữa

研钵

vỉ nướng

烧烤

ngọn lửa trần

明火

cái thớt

菜板

trục cán bột

擀面杖

cái mở nút chai

开瓶器

vỏ đồ hộp

罐子

cái mở vỏ đồ hộp

开罐器

miếng nhấc nồi

隔热手套

bồn rửa bát

水槽

bàn chải

刷子

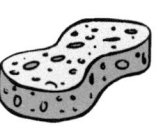

miếng xốp

海绵

máy xay

搅拌机

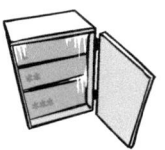

tủ đông lạnh

冷藏箱

bình sữa cho trẻ sơ sinh

奶瓶

vòi nước

水龙头

phòng tắm
浴室

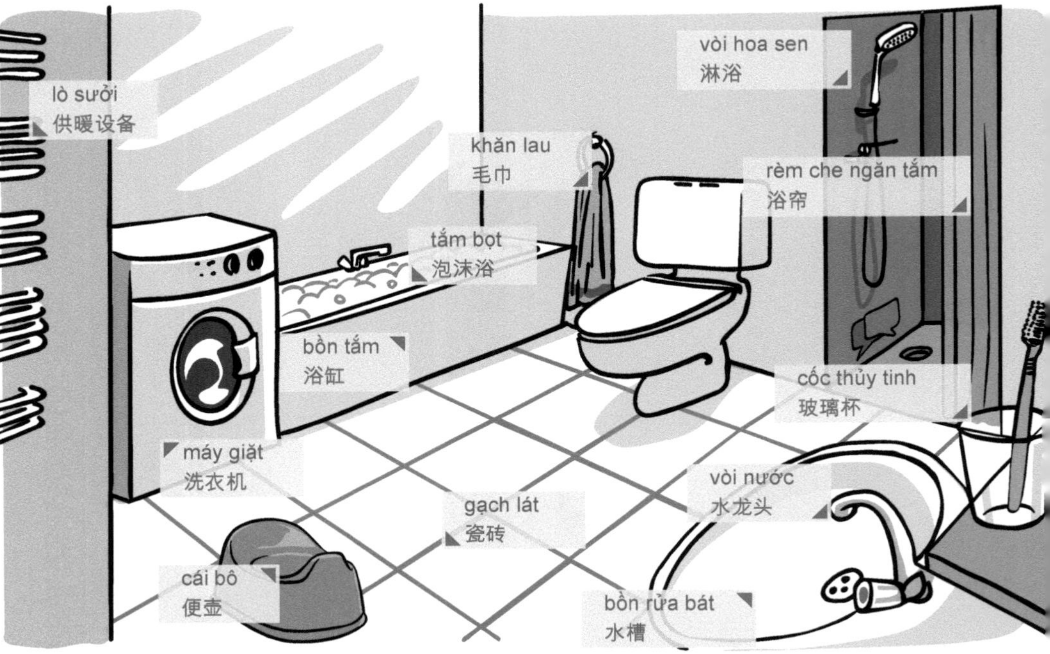

vòi hoa sen
淋浴
lò sưởi
供暖设备
khăn lau
毛巾
rèm che ngăn tắm
浴帘
tắm bọt
泡沫浴
bồn tắm
浴缸
cốc thủy tinh
玻璃杯
máy giặt
洗衣机
vòi nước
水龙头
gạch lát
瓷砖
cái bô
便壶
bồn rửa bát
水槽

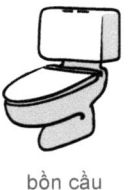

bồn cầu
厕所

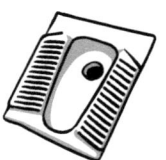

bồn cầu ngồi xổm
蹲便器

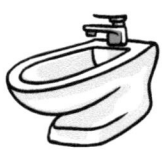

bồn rửa hậu môn
坐浴器

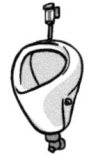

bồn tiểu tiện
小便池

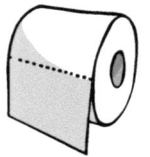

giấy vệ sinh
厕纸

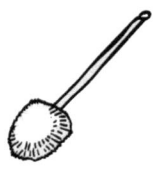

bàn chải cọ bồn cầu
马桶刷

bàn chải đánh răng

牙刷

kem đánh răng

牙膏

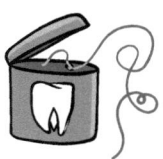

chỉ nha khoa

牙线

rửa

洗

vòi sen cầm tay

手持式喷淋头

vòi rửa hậu môn

冲洗器

bồn rửa

洗脸盆

bàn chải cọ lưng

擦背刷

xà phòng

肥皂

sữa tắm

沐浴露

dầu gội

洗发水

khăn cọ để tắm

法兰绒

lỗ thoát nước

排水

kem

乳霜

chất khử mùi

除臭剂

gương

镜子

gương tay

手镜

dao cạo râu

剃须刀

kem cạo râu

剃须泡沫

nước thơm dùng sau khi cạo râu

须后水

cái lược

梳子

bàn chải

刷子

máy xấy tóc

吹风机

keo xịt tóc

喷发定型剂

đồ trang điểm

化妆品

thỏi son môi

唇膏

sơn bôi móng

指甲油

bông

化妆棉

kéo cắt móng

指甲剪

nước hoa

香水

túi đựng đồ tắm

洗漱包

ghế đẩu

凳子

cái cân

计重秤

áo choàng tắm

浴袍

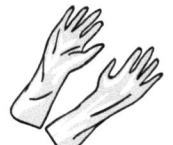

găng tay làm vệ sinh

橡胶手套

nút gạc

卫生棉条

băng vệ sinh

卫生巾

nhà vệ sinh hóa chất

化学厕所

phòng trẻ em

儿童房

đồng hồ báo thức
闹钟
thú bông
毛绒玩具
xe đồ chơi
玩具车
cái lúc lắc
拨浪鼓
nhà búp bê
玩具屋
món quà
礼物

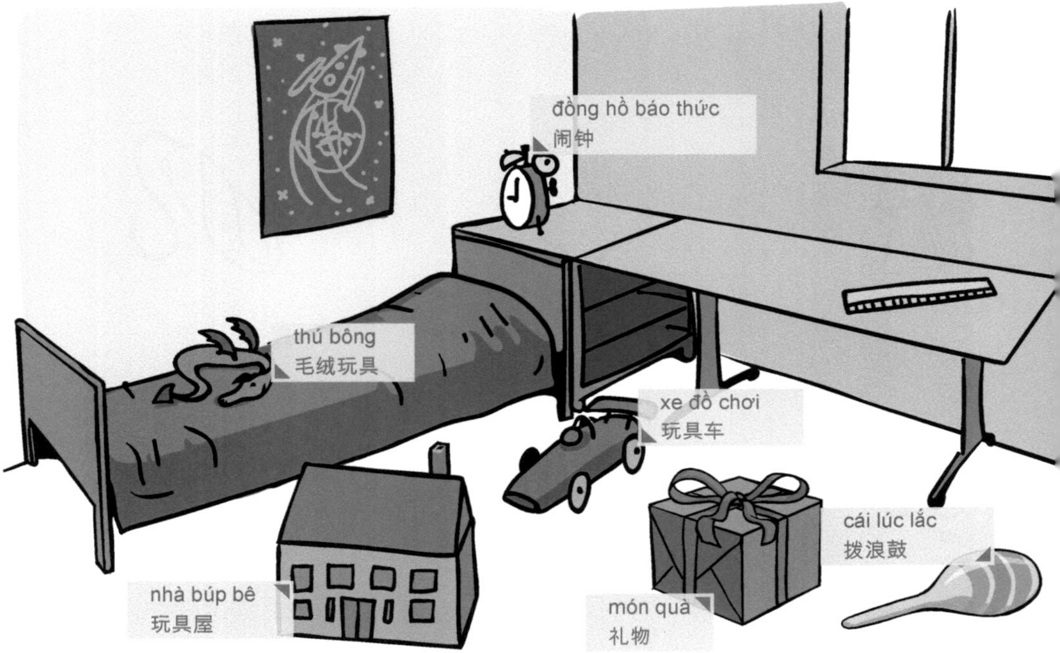

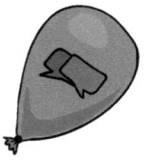

bong bóng

气球

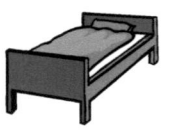

giường

床

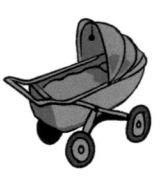

xe nôi

（洋娃娃用）婴儿车

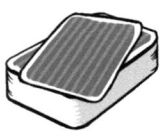

trò chơi bài

扑克牌

trò chơi ghép hình

拼图

SUPER
MEGA

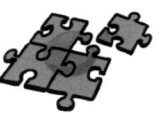

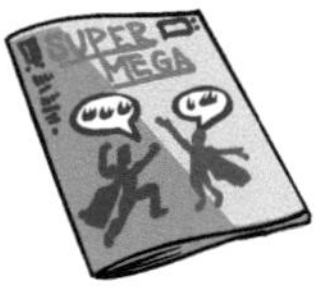

truyện tranh

漫画

gạch Lego

乐高积木

khối xếp hình

积木玩具

nhân vật hành động

玩具人

áo liền quần cho trẻ sơ sinh

婴儿服

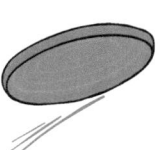

đĩa nhựa để ném

飞盘

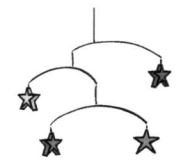

đồ chơi treo trên giường

床铃玩具

trò chơi cờ bàn

棋盘游戏

xúc xắc

骰子

đồ chơi xe lửa mô hình

火车模型

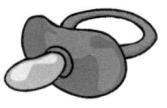

ti giả

安抚奶嘴

buổi tiệc

聚会

sách tranh

绘本

quả bóng

球

búp bê

洋娃娃

chơi

玩

hố cát

沙坑

cái đu

秋千

đồ chơi

玩具

máy chơi game cầm tay

游戏机

xe ba bánh

三轮车

gấu bông

泰迪熊

tủ quần áo

衣柜

y phục
衣服

bít tất

袜子

bít tất dài

长袜

quần tất

紧身裤

khăn choàng cổ
围巾

dây thắt lưng
皮带

ô che mưa
雨伞

áp phông
T恤

giày sneaker
运动鞋

ủng
靴子

dép đi trong nhà
拖鞋

dép xăng đan
凉鞋

giày
鞋

ủng cao su
雨靴

quần lót
内裤

áo ngực
胸罩

áo vest
背心

y phục - 衣服

áo ôm sát cơ thể

身体

quần dài

裤子

quần bò

牛仔裤

váy

短裙

áo cánh

女式衬衫

áo sơ mi

衬衫

áo len chui đầu

套头衫

áo len

卫衣

áo blazer

西装夹克

áo jacket

夹克

áo khoác

外套

áo mưa

雨衣

trang phục

套装

áo váy

连衣裙

áo cưới

婚纱

bộ com lê

西装

áo ngủ

睡袍

pijama

睡衣

trang phục sari

莎丽

khăn trùm đầu

头巾

khăn đội đầu

包头巾

áo burka

波卡

áo captan

卡夫坦

áo aba

(阿拉伯式)长袍长袍

quần áo bơi

泳衣

quần bơi

男式泳裤

quần đùi

短裤

quần áo tracksuit

运动服

tạp dề

围裙

găng tay

手套

y phục - 衣服

cái cúc

纽扣

kính mắt

眼镜

vòng đeo tay

手链

vòng cổ

项链

nhẫn

戒指

hoa tai

耳环

mũ lưỡi trai

便帽

cái mắc treo áo quần

衣架

mũ

帽子

cà vạt

领带

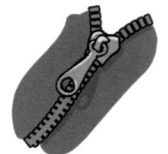

dây kéo phéc mơ tuya

拉链

mũ bảo hiểm

头盔

dây đeo quần

背带

đồng phục học sinh

校服

đồng phục

制服

48   y phục - 衣服

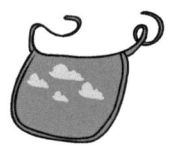

yếm trẻ em

围兜

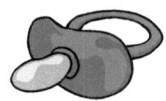

ti giả

安抚奶嘴

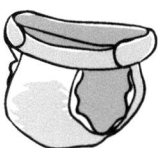

tã lót

尿不湿

văn phòng
办公室

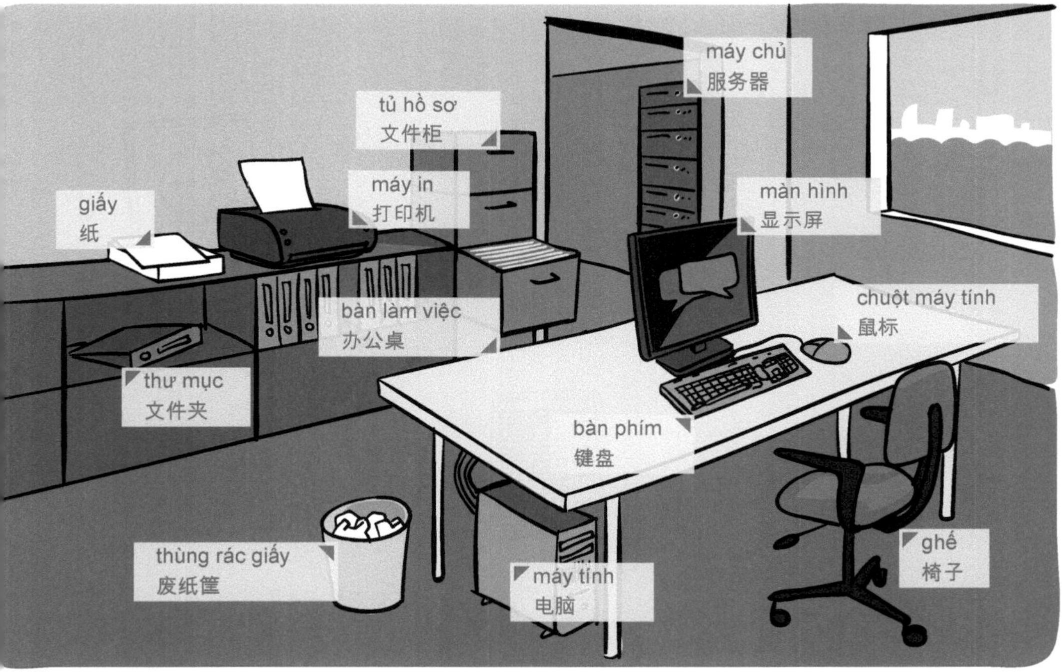

máy chủ
服务器
tủ hồ sơ
文件柜
máy in
打印机
giấy
纸
màn hình
显示屏
bàn làm việc
办公桌
chuột máy tính
鼠标
thư mục
文件夹
bàn phím
键盘
thùng rác giấy
废纸篓
ghế
椅子
máy tính
电脑

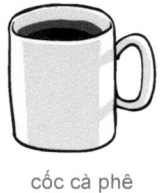

cốc cà phê

咖啡杯

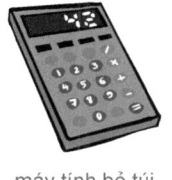

máy tính bỏ túi

计算器

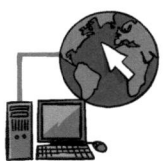

internet

因特网

laptop

笔记本电脑

thư

信件

tin nhắn

消息

điện thoại di động

手机

mạng

网络

máy photocopy

复印机

phần mềm

软件

điện thoại

电话

ổ cắm điện

插座

máy fax

传真机

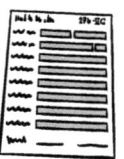

mẫu đơn

表格

chứng từ

文件

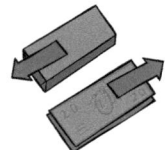

mua
买

trả tiền
付钱

buôn bán
交易

tiền
现金

đô la
美元

Euro
欧元

yên
日元

rúp
卢布

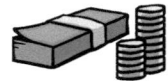

franc Thụy Sĩ
瑞士法郎

nhân dân tệ
人民币

rupi
卢比

máy rút tiền tự động
提款处

quầy đổi tiền

外币兑换处

vàng

金

bạc

银

dầu

石油

năng lượng

能源

giá tiền

价格

hợp đồng

合同

thuế

税金

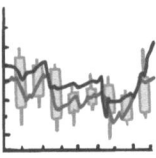

cổ phiếu

股票

làm việc

工作

nhân viên

职员

chủ lao động

老板

nhà máy

工厂

cửa hiệu

商店

nghề nghiệp
职业

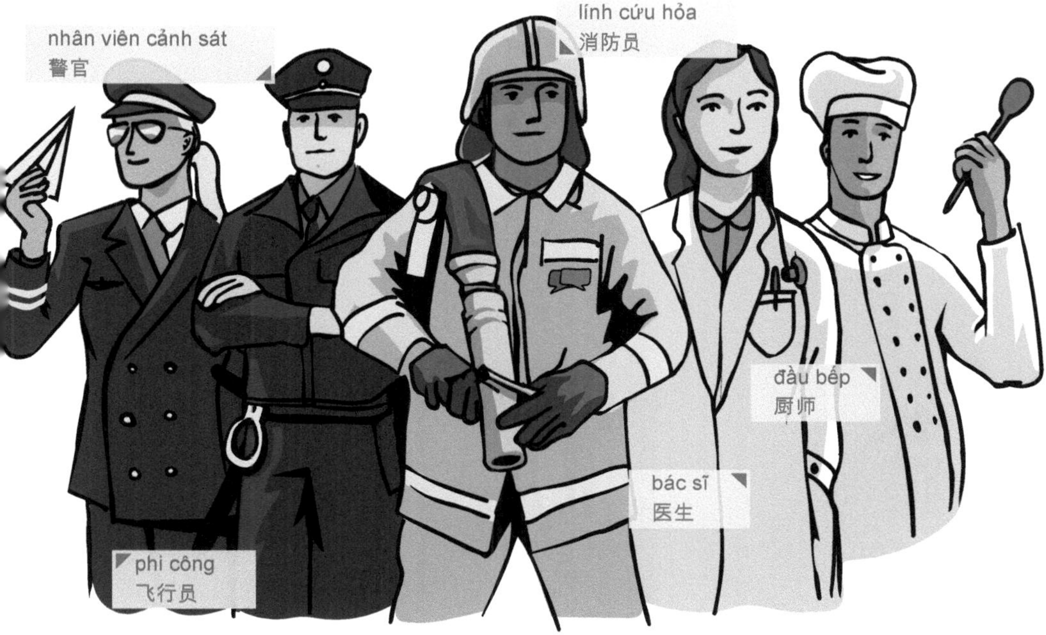
lính cứu hỏa
消防员
nhân viên cảnh sát
警官
đầu bếp
厨师
bác sĩ
医生
phi công
飞行员

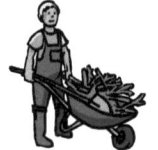

người làm vườn

园丁

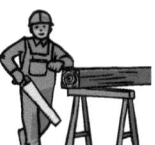

thợ mộc

木匠

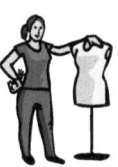

thợ may

裁缝

chánh án

法官

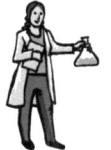

nhà hóa học

化学家

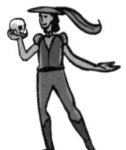

diễn viên

演员

tài xế xe buýt

公交车司机

người lái taxi

出租车司机

ngư dân

渔夫

người lau dọn vệ sinh

清洁女工

thợ lợp mái nhà

屋顶工

bồi bàn

服务员

thợ săn

猎人

họa sĩ

画家

thợ làm bánh

面包师

thợ điện

电工

thợ xây dựng

建筑工人

kỹ sư

工程师

người hàng thịt

屠夫

thợ sửa ống nước

水管工

người đưa thư

邮递员

người lính

士兵

kiến trúc sư

建筑师

nhân viên thu ngân

收银员

người bán hoa

花农

thợ cắt tóc

理发师

nhân viên soát vé

售票员

thợ cơ khí

机械师

thuyền trưởng

船长

nha sĩ

牙医

nhà khoa học

科学家

giáo sĩ Do thái

拉比

lãnh tụ Hồi giáo

伊玛目

nhà sư

和尚

mục sư

牧师

dụng cụ
工具

cây búa
铁锤
kìm
钳子
tua vít
螺丝刀
đèn pin
手电筒
cờ lê
扳手

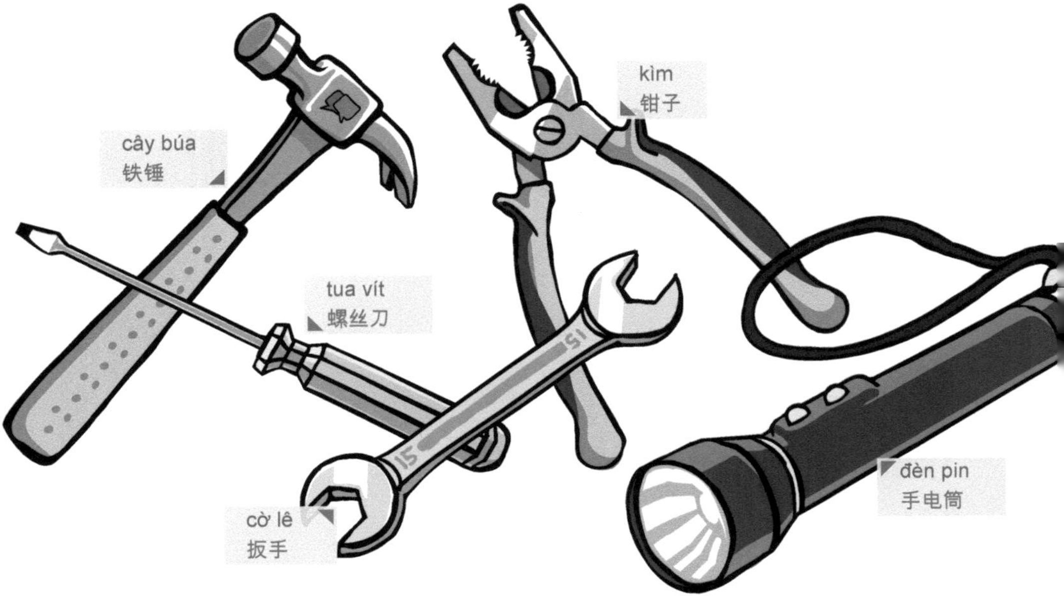

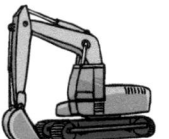

máy xúc đất

挖掘机

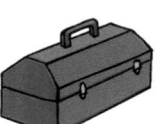

hộp dụng cụ

工具箱

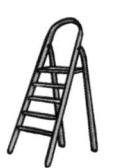

cái thang

梯子

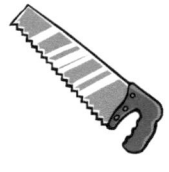

cưa

锯子

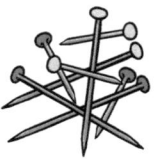

đinh

钉子

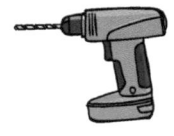

máy khoan

钻机

sửa chữa

修

cái xẻng

铲子

khốn nạn!

靠！

cái hót rác

簸箕

thùng sơn

油漆桶

vít

螺丝

nhạc cụ
乐器

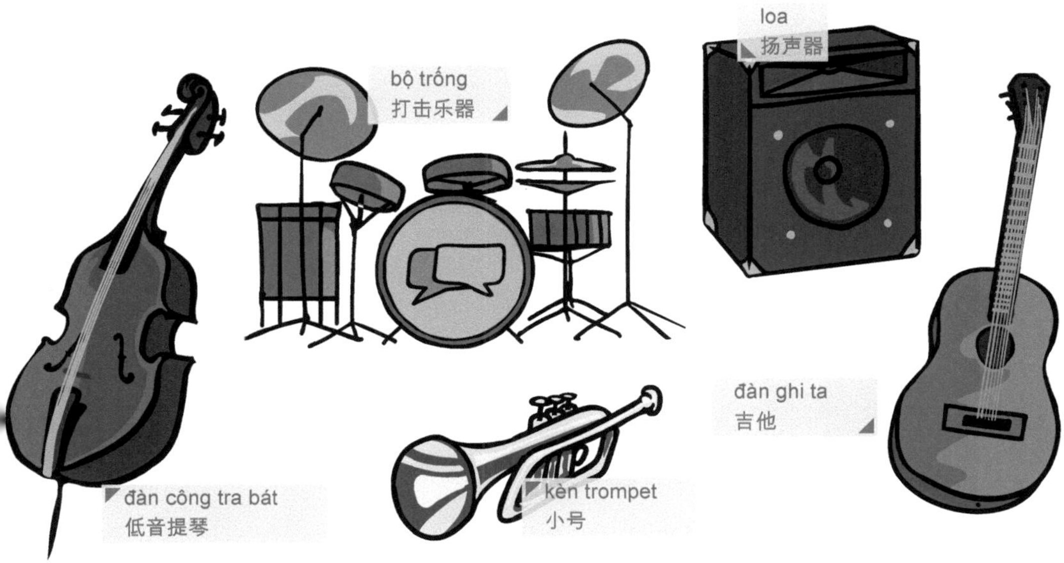

loa
扬声器

bộ trống
打击乐器 ◢

đàn ghi ta
吉他 ◢

◤ đàn công tra bát
低音提琴

kèn trompet
小号

đàn piano

钢琴

đàn vĩ cầm

小提琴

ghi ta bass

贝斯

trống định âm

定音鼓

trống

鼓

đàn organ

电子琴

kèn Saxophone

萨克斯管

sáo

长笛

micro

麦克风

vườn bách thú
动物园

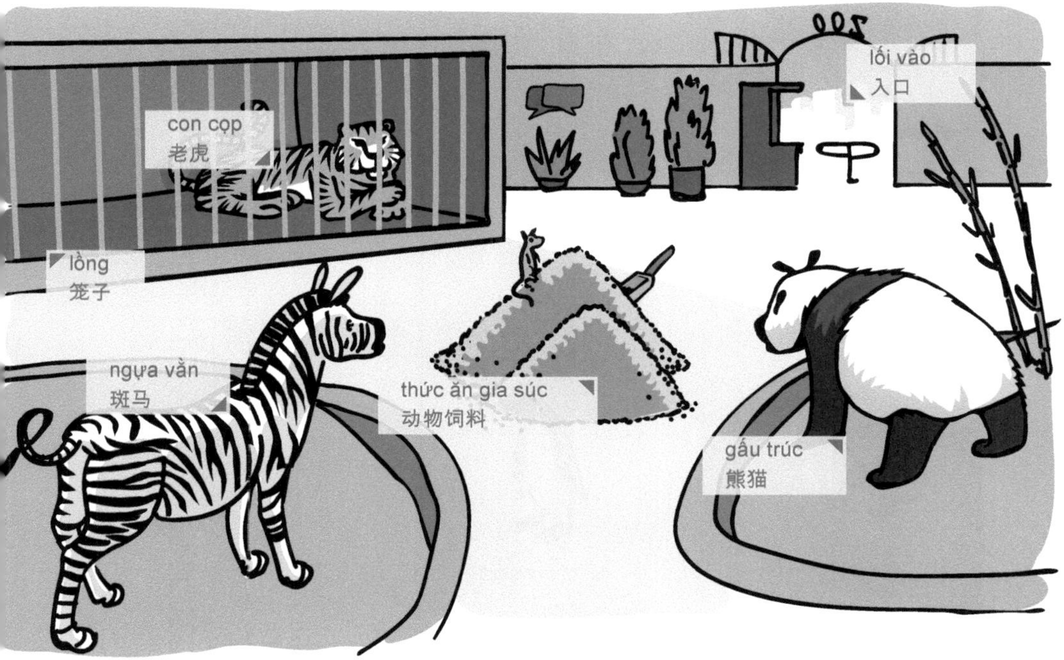

con cọp
老虎
lồng
笼子
lối vào
入口
ngựa vằn
斑马
thức ăn gia súc
动物饲料
gấu trúc
熊猫

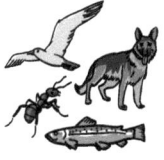

động vật
动物

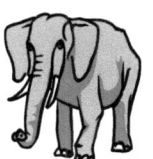

con voi
大象

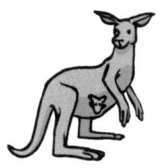

chuột túi
袋鼠

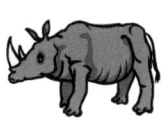

tê giác
犀牛

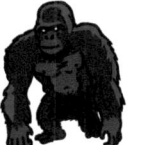

khỉ đột
大猩猩

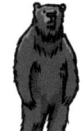

con gấu
熊

lạc đà

骆驼

đà điểu

鸵鸟

sư tử

狮子

con khỉ

猴子

hồng hạc

火烈鸟

con vẹt

鹦鹉

gấu bắc cực

北极熊

chim cánh cụt

企鹅

cá mập

鲨鱼

con công

孔雀

con rắn

蛇

cá sấu

鳄鱼

người trông giữ vườn bách
thú
动物园管理员

hải cẩu

海豹

báo đốm

美洲豹

ngựa lùn

矮种马

con báo

豹

hà mã

河马

hươu cao cổ

长颈鹿

đại bàng

老鹰

heo rừng

野猪

cá

鱼

con rùa

龟

hải mã

海象

con cáo

狐狸

linh dương

羚羊

bóng bầu dục Mỹ
橄榄球

đua xe đạp
骑自行车

quần vợt
网球

bóng rổ
篮球

bơi
游泳

đấm bốc
拳击

khúc côn cầu trên băng
冰球

bóng đá

英式足球

cầu lông

羽毛球

điền kinh

田径

bóng ném

手球

trượt tuyết

滑雪

polo

马球

cười
笑

nhảy
跳

ôm
拥抱

đi bộ
走路

ca hát
唱

mơ
做梦

cầu nguyện
祈祷

hôn
亲吻

viết
书写

vẽ
画

chỉ trỏ
展示

đẩy
推

cho
给

lấy đi
拿

có

有

làm

做

thì / là

当

đứng

站

chạy

跑

kéo

拉

ném

扔

rơi

摔倒

nằm

躺

chờ đợi

等待

mang vác

携带

ngồi

坐

mặc quần áo

穿衣

ngủ

睡觉

thức dậy

醒来

xem

看

khóc

哭

vuốt ve

抚摸

chải

梳头

nói chuyện

交谈

hiểu

明白

câu hỏi

问

nghe

听

uống

喝

ăn

吃

dọn dẹp

清理

yêu

爱

nấu nướng

做饭

lái xe

开车

bay

飞

đi thuyền buồm

航行

tính toán

计算

đọc

读

học

学习

làm việc

工作

cưới

结婚

khâu vá

缝

đánh răng

刷牙

giết

杀

hút thuốc

抽烟

gửi đi

寄

à nội (ngoại)
祖母

ông nội (ngoại)
祖父

cha
父亲

mẹ
母亲

trẻ con
婴童

con gái
女儿

con trai
儿子

khách

客人

cô (dì)

阿姨

chú, bác (cậu)

叔叔

anh (em) trai

兄弟

chị (em) gái

姐妹

cơ thể

身体

trán
前额
mắt
眼睛
mặt
脸
cằm
下巴
ngực
乳房
ngón tay
手指
bàn tay
手
cánh tay
手臂
vai
肩膀
chân
腿

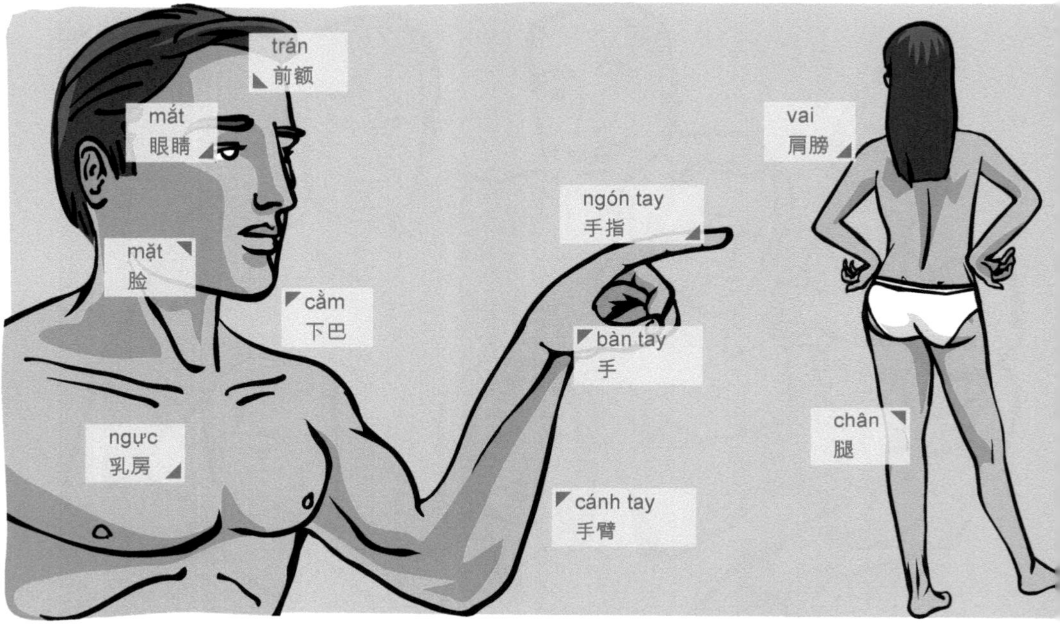

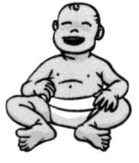

trẻ con

婴童

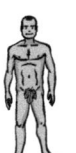

đàn ông

男人

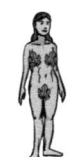

phụ nữ

女人

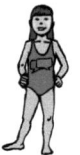

bé gái

女孩

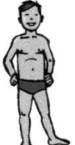

bé trai

男孩

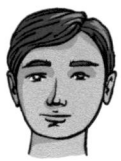

đầu

头

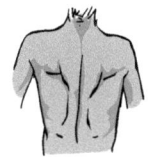

lưng

背部

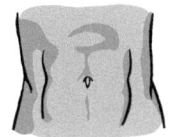

bụng

肚子

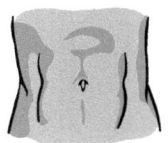

rốn

肚脐

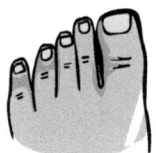

ngón chân

脚趾

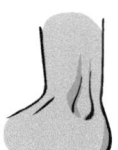

gót chân

脚后跟

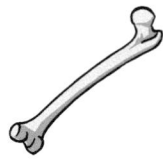

xương

骨头

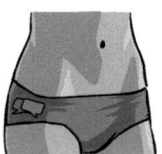

hông

臀部

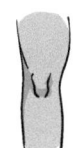

đầu gối

膝盖

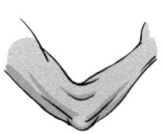

khuỷu tay

手肘

mũi

鼻子

mông

屁股

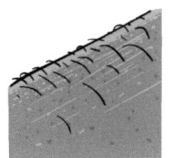

da

皮肤

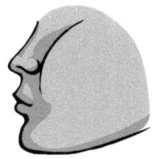

má

脸颊

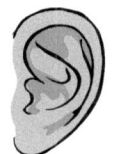

tai

耳朵

môi

嘴唇

cơ thể - 身体

miệng

嘴

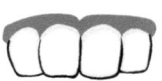

răng

牙齿

lưỡi

舌头

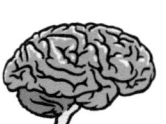

não

脑

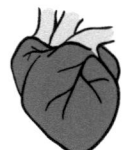

tim

心脏

cơ bắp

肌肉

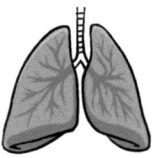

phổi

肺

gan

肝脏

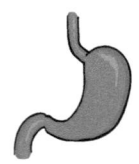

dạ dày

胃

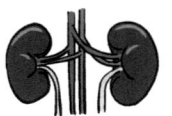

thận

肾脏

giao hợp

性交

bao cao su

避孕套

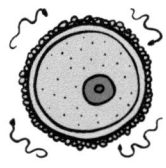

noãn

卵子

tinh dịch

精子

mang thai

怀孕

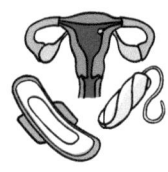

kinh nguyệt

月经

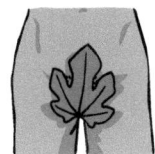

âm vật

阴道

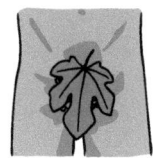

dương vật

阴茎

lông mày

眉毛

tóc

头发

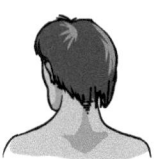

cổ

脖子

bệnh viện
医院

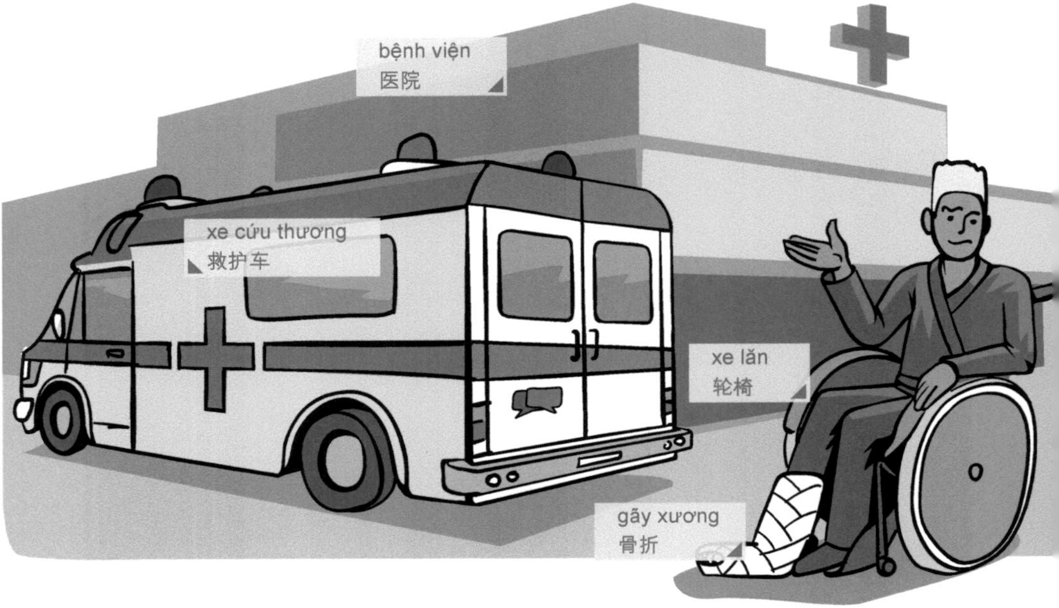

bệnh viện
医院
xe cứu thương
救护车
xe lăn
轮椅
gãy xương
骨折

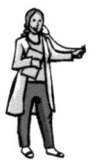

bác sĩ

医生

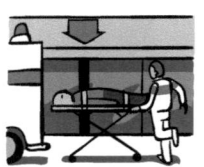

phòng cấp cứu

急诊室

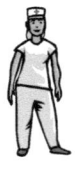

y tá

护士

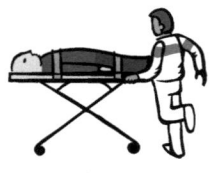

cấp cứu

紧急情况

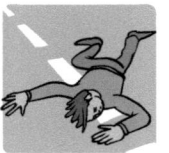

bất tỉnh

昏迷

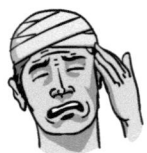

cơn đau

痛

bị thương

受伤

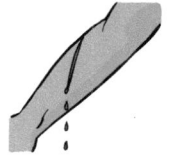

chảy máu

出血

nhồi máu cơ tim

心脏病发作

đột quỵ

中风

dị ứng

过敏

ho

咳嗽

sốt

发烧

cúm

流感

tiêu chảy

腹泻

đau đầu

头痛

ung thư

癌症

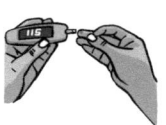

bệnh tiểu đường

糖尿病

bác sĩ phẫu thuật

外科医生

dao mổ

手术刀

giải phẫu

手术

chụp cắt lớp

CT

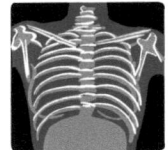

chụp x-quang

X光

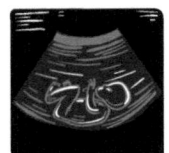

siêu âm

超声波

mặt nạ

口罩

bệnh

疾病

phòng đợi

候诊室

cái nạng

拐杖

băng dán vết thương

石膏

băng bó

绷带

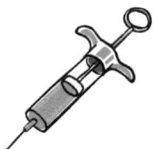

tiêm thuốc

注射

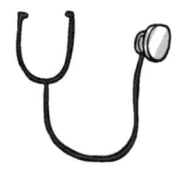

ống nghe khám bệnh

听诊器

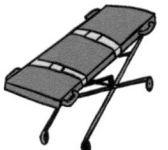

băng ca

担架

nhiệt kế

体温计

sinh đẻ

出生

thừa cân

超重

máy trợ thính

助听器

chất khử trùng

消毒液

nhiễm trùng

感染

vi rút

病毒

HIV / AIDS

艾滋病

thuốc

药物

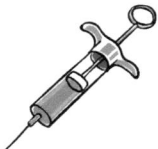

tiêm chủng

接种疫苗

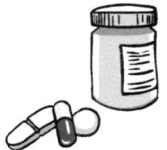

thuốc viên

药片

viên thuốc

药丸

gọi cấp cứu

急救电话

máy đo huyết áp

血压计

bệnh / khỏe mạnh

生病/健康

cứu!

救命！

báo động

警报

cuộc đột kích

突击

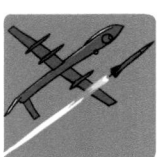

sự tấn công

攻击

mối nguy hiểm

危险

lối thoát hiểm

紧急出口

cháy!

着火啦！

bình chữa cháy

灭火器

tai nạn

意外

bộ dụng cụ sơ cứu

急救箱

SOS

呼救信号

cảnh sát

警察

châu Âu

欧洲

Bắc Mỹ

北美洲

Nam Mỹ

南美洲

châu Phi

非洲

châu Á

亚洲

châu Úc

澳洲

Đại Tây Dương

大西洋

Thái Bình Dương

太平洋

Ấn Độ Dương

印度洋

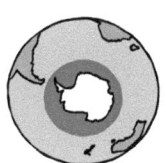

Nam Cực Dương

南冰洋

Bắc Băng Dương

北冰洋

bắc cực

北极

nam cực

南极

nam cực

南极洲

trái đất

地球

đất liền

陆地

biển

海

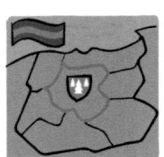

đảo

岛

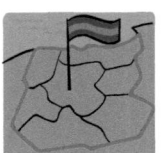

quốc gia

国家

nhà nước

国家

mặt đồng hồ

钟面

kim chỉ giờ

时针

kim chỉ phút

分针

kim chỉ giây

秒针

Bây giờ là mấy giờ?

现在几点？

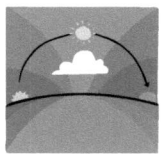

ngày

天

thời gian

时间

bây giờ

现在

đồng hồ điện tử

电子表

phút

分

giờ

时

tuần lễ

周

thứ Hai / 周一
thứ Ba / 周二
thứ Tư / 周三
thứ Năm / 周四
thứ Sáu / 周五
thứ Bảy / 周六
Chủ Nhật / 周日

hôm qua

昨天

hôm nay

今天

ngày mai

明天

buổi sáng

早晨

buổi trưa

中午

buổi tối

晚上

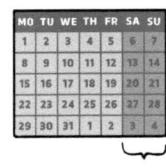

ngày làm việc

工作日

cuối tuần

周末

năm
年

mưa
雨
cầu vồng
彩虹
gió
风
tuyết
雪
mùa xuân
春
mùa hè
夏
mùa thu
秋
mùa đông
冬

4.APRIL 11°
5.APRIL 4°
6.APRIL 13°
7.APRIL 8°
8.APRIL 10°

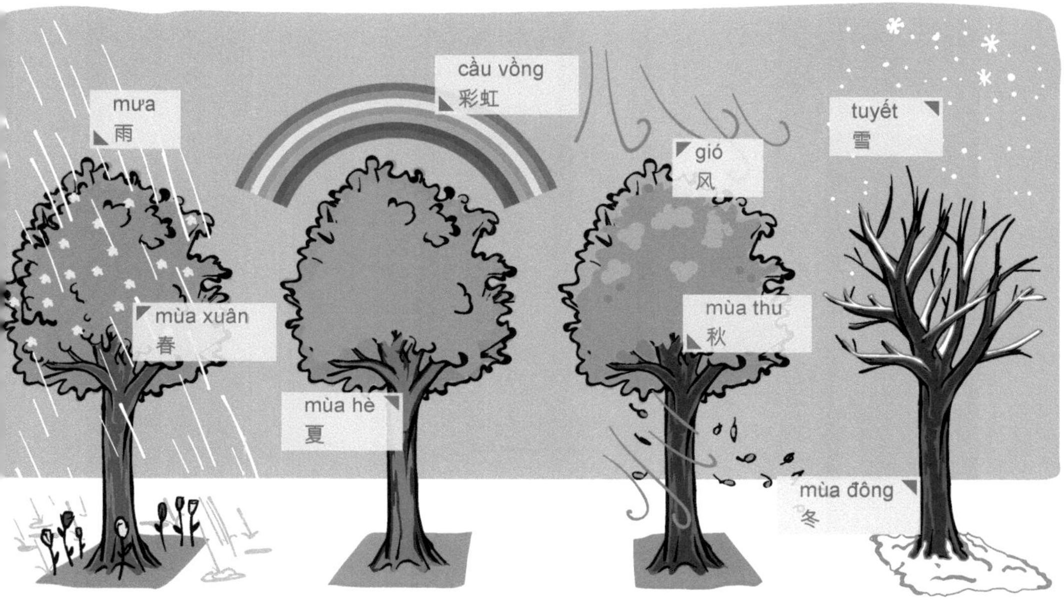

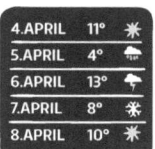

dự báo thời tiết
天气预报

F C
120 40
90 30
60 20
30 10
0 0
-30 -10
-20

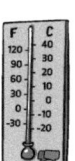

nhiệt kế
温度计

ánh nắng
阳光

mây
云

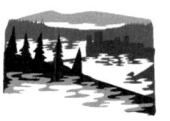

sương mù
雾

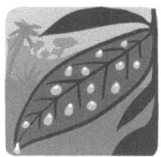

độ ẩm không khí
潮湿

tia chớp

闪电

sấm sét

打雷

cơn bão

风暴

mưa đá

冰雹

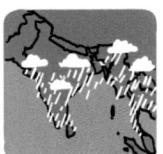

gió mùa

季风

lũ lụt

洪水

nước đá

冰

tháng Một

一月

tháng Hai

二月

tháng Ba

三月

tháng Tư

四月

tháng Năm

五月

tháng Sáu

六月

tháng Bảy

七月

tháng Tám

八月

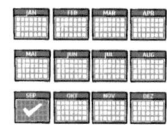

tháng Chín

九月

tháng Mười

十月

tháng Mười Một

十一月

tháng Mười Hai

十二月

hình dạng

形状

hình tròn

圆形

hình vuông

正方形

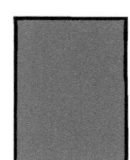

hình chữ nhật

长方形

hình tam giác

三角形

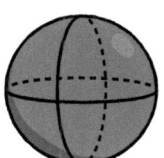

hình cầu

球体

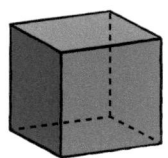

khối vuông

立方体

màu trắng

白

màu vàng

黄

màu cam

橙

màu hồng

粉

màu đỏ

红

màu tím

紫

màu xanh dương

蓝

màu xanh lá cây

绿

màu nâu

棕

màu xám

灰

màu đen

黑

nhiều / ít

很多/少许

tức tối / điềm tĩnh

生气/平静

xinh đẹp / xấu xí

美/丑

bắt đầu / kết thúc

首/尾

to / nhỏ

大/小

sáng / tối

明/暗

anh (em) trai / chị (em) gái

兄弟/姐妹

sạch / bẩn

干净/肮脏

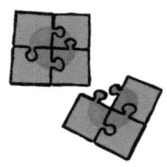

đủ / thiếu

完整/缺失

ngày / đêm

白天/晚上

chết / sống

死/生

rộng / chật hẹp

宽/窄

ăn được / không ăn được

可食用/非食用

ác / tử tế

邪恶/善良

hào hứng / chán nản

兴奋/无聊

béo / gầy

胖/瘦

đầu tiên / cuối cùng

第一/最后

bạn / thù

朋友/敌人

đầy / rỗng

满/空

cứng / mềm

硬/软

nặng / nhẹ

重/轻

đói / khát

饿/渴

bệnh / khỏe mạnh

生病/健康

bất hợp pháp / hợp pháp

非法/合法

thông minh / ngu

聪明/愚笨

trái / phải

左/右

gần / xa

近/远

mới / cũ

新/旧

không có gì cả / có cái gì đó

没有/有些

già / trẻ

老/幼

bật / tắc

开/关

mở / đóng

打开/合上

im lặng / ồn ào

安静/吵闹

giàu / nghèo

富/穷

đúng / sai

对/错

sần sùi / mịn màng

粗糙/光滑

buồn / vui

伤心/高兴

ngắn / dài

短/长

chậm / nhanh

慢/快

ẩm ướt / khô ráo

湿/干

ấm áp / mát mẻ

温暖/凉爽

chiến tranh / hòa bình

战争/和平

0

số không

零

1

một

一

2

hai

二

3

ba

三

4

bốn

四

5

năm

五

6

sáu

六

7

bảy

七

8

tám

八

9

chín

九

10

mười

十

11

mười một

十一

12

mười hai

十二

13

mười ba

十三

14

mười bốn

十四

15

mười lăm

十五

16

mười sáu

十六

17

mười bảy

十七

18

mười tám

十八

19

mười chín

十九

20

hai mươi

二十

100

một trăm

百

1.000

một ngàn

千

1.000.000

một triệu

百万

tiếng Anh

英语

tiếng Anh Mỹ

美式英语

tiếng Quan Thoại

普通话

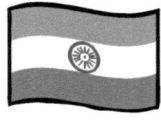

tiếng Hin-di

印地语

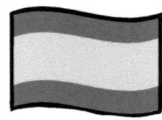

tiếng Tây Ban Nha

西班牙语

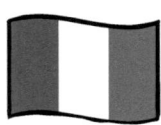

tiếng Pháp

法语

tiếng Ả-rập

阿拉伯语

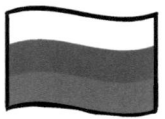

tiếng Nga

俄语

tiếng Bồ Đào Nha

葡萄牙语

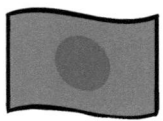

tiếng Bengal

孟加拉语

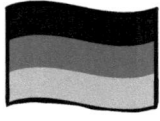

tiếng Đức

德语

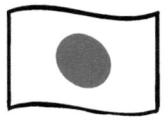

tiếng Nhật

日语

tôi

我

bạn

你

anh ta / cô ta / nó

他/她/它

chúng tôi

我们

các bạn

你们

họ

他们

ai?

谁？

cái gì?

什么？

như thế nào?

怎样？

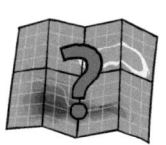

ở đâu?

哪里？

lúc nào?

什么时候？

tên

名字

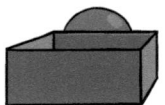

phía sau

后面

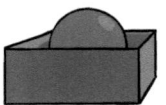

ở trong

里面

phía trước

前面

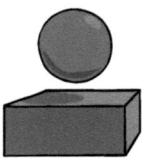

phía trên

上方

ở trên

上面

ở dưới

下面

bên cạnh

旁边

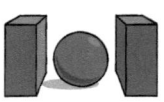

ở giữa

中间

chỗ

地点